இயற்கையின் அதிசயங்கள்

சுப்ரமணியம் சௌந்தரராஜன்
(Subramaniam Soundararajan)

RIDHZWORLD
PUBLISHING

ISBN: 978-81-964238-4-1

First published in 2023 by RidhzWorld Publishing
Hadapsar,Pune, India

https://www.ridhzworld.com

முற்றும் அறிந்தவனே!

முருகனுக்கு மூத்தவனே!

முத்தமிழ் தேர்ந்தவனே!

வேழ முகத்தவனே! உன்னை

சுற்றிவந்து தொழுகின்றேன்! நின்

பத்மபாதம் பணிகின்றேன்!

வித்தகனே! வேத முதல்வனே!

அடியேனுக்கு அருள்புரிவாய்!

உள்ளடக்கங்கள்

காட்சி - 1: இயற்கை போற்றுதும்! 8

ஆதவன் ஒளிர்வு 9

மேகப் பதுமைகள் 10

மேகமே... மேகமே! 11

வானக் கோலங்கள் 12

வானத் திரை 13

மாலையில் ஒரு மாயாஜாலம் 14

அந்தி வானம் 15

வானுயரச் சாளரம் 16

நிலாப் பெண் 18

காட்டுவழி 19

ஊழிக் காற்று 20

மழை வந்தது 21

வானவில் 22

மழை அம்பு! 23

மழை - இறையின் கொடை! 24

வாடைக் குளிர் 25

ஐவகை நிலங்கள்: 26

குறிஞ்சி 26

முல்லை 26

மருதம் 27

நெய்தல் 27

பாலை 28

எல்லாம் அழகே! 29

கங்கைத் தாயே எமக்கருள்வாய் நீயே! 30

சொர்கத்தைத் தேடி 32

அதிசயத்தின் ஆச்சரியம் 34

காட்சி - 2: சிந்தனைக் கலவை 36

யதார்த்தம் 37

மனக்காயம் 38

குரங்குமனம்! 41

கோடிமுகம் 42

இலக்குவன் ரேகை 44

தேடல்கள் பலவிதம் 46

யாவும் நன்றே! 48

பரமன் கணக்கு..49

பயணங்கள் முடிவதில்லை 51

அழைக்கிறான் கண்ணன் 53

காட்சி - 3: உறவுகளின் மேன்மை 54

இன்பச்சுமை...55

தந்தையெனும் மனிதம்..57

தாய்: சில நினைவுப் படிமங்கள்...58

மழலைச் செல்வம் 61

பெண் மகவு - பெரு வரம்..63

உற்றமும் சுற்றமும் ஓர் இறை வரம்!..64

நானே நீ! 66

காட்சி - 1:
இயற்கை போற்றுதும்!

ஆதவன் ஒளிர்வு

ஆம்பல்-

கூம்பித்தொழுது நிற்க

தாமரை-

முகமலர்ந்து முகமன் கூற

புள்ளினம் யாவும்-

கூட்டிசை பாடிப் பண்ஒலி எழுப்ப

ஆதவன்-

ஒளிப்பந்தாய் வெளிப்பட்டான்!

இவ்வையகம் உயிர்த்தது!

◆ ◆ ◆

மேகப் பதுமைகள்

நீலவான வீதியில்

ஆதவன் அழகு படுத்தும்

மேகப் பதுமைகள் - அவன்

கோலமாய் வரைந்த

வெள்ளிச் சிதறலோ?

மாதவன் மேனிதனை

அலங்கரிக்கும் முத்துக்குவியலோ?

மாமலைமன்னு மகாதேவனின்

விரிசடைக்கற்றையோ? அன்றி

நர்த்தனக்காளி கால் சிலம்

பொளிரும் பரல்கள்தானோ?

◆ ◆ ◆

மேகமே... மேகமே!

நீல வான ஓடையில் நீந்திப் போகையில்

இளைப்பாற-

ஆங்காங்கே வெள்ளி மேகத் திட்டுக்கள்!

நீள் விசும்பெங்கும்-

ஆதவன் அள்ளித் தெளித்த
பொன்வெள்ளிச் சிதறல்கள்!

◆ ◆ ◆

வானக் கோலங்கள்

வானில் வரைந்த கோலங்கள் -

வரைந்தவர் யார்?

அனுமனாய் ஆனையாய்
சிலநேரம் மானிட முகமாய்
அள்ளித் தெளித்த பஞ்சுப்பொதியாய்

பலநேரங்களில் நூதனச்

சித்திரங்களாய்!

வரைந்தவர் யார் என்ற

ஐயம் இப்போது எனக்கில்லை!

மனிதமுயற்சிக்குள் அடங்கா

அற்புதக் கலைஞன் அவன்!

◆ ◆ ◆

வானத் திரை

வானத்திரையில் மேகக் குவியல்கள்
வண்ண வண்ணக் குழைவுகள்

வர்ண ஜால மாயங்கள்
எண்ணற்ற எழிலுருவங்கள்
சிறிதும் பெரிதுமாய்

நிமிடமொரு தோற்றமாய்
அநித்திய வாழ்வின் அத்தாட்சியாய்

ஏணி கொண்டே ஏறித்தான்
தொட்டுப் பார்த்திட ஆசை

ஏணிசார்த்திடச் சுவரில்லை
தொட்டுப் பேசிட வழியில்லை

இறைவன் போட்ட கோலங்கள்
வானத்திரையில் மேகக் குவியல்கள்!

◆ ◆ ◆

மாலையில் ஒரு மாயாஜாலம்

தங்கத் தாம்பாளமாக
மாலைமயக்கத்து வானத்திரை...

அதில் வரைந்த மாயச்
சித்திரங்களாய் மேகச்சிதறல்கள்!

இதைக் கண்டு ரசிக்க
கண்ணும் மனசும் அசைவறு மதியும்!

எல்லாம் இறைவா நின் கருணை...
காலமெல்லாம் பகர்ந்தேன் நன்றி!

◆ ◆ ◆

அந்தி வானம்

அந்தி சாயும் நேரம்-

வானில் அன்னவன் செய்த

வண்ணக்கோலம்!

பின்னவன் திறத்தை

எளியேனால் பேசவும் கூடுமோ?

கண் கொடுத்தான்,

காணும் காட்சியில்

வண்ணத்தைக் குழைத்துக்

கொடுத்தான்! இவையாவும்

ரசிக்க நல்மனம் கொடுத்தான்

தொழுது பகன்றேன் நன்றி-

இறைவா நீ வாழி!

◆ ◆ ◆

வானுயரச் சாளரம்

நீல உடுப்பில்
நிலாமுகக் காரிகைகள்
கட்டியங்கூறி இருக்கைகாட்ட

சாளரந்தொட்டே
விறைப்புடன் அமர்ந்தபின்

ஓடுபாதையில் விரைந்து
உதைத்துந்தி விண்ணுயரும்

வானூர்தி வரமாகும்
வானுயரச் சாளரம்!

சாளரக் காட்சியாக
விரிசடை ஈசனாய்
வேங்கையாய்
பிளிறும் களிறாய் பல்

விருகமாய் பூதமாய் -

பஞ்சுப்பொதி மேகங்கள்!

காதுவரை கண்விரிய

மனம் பதிந்த

நான்கு பரிமாணக்

காட்சிகளை

சொல்லோவியமாய் எளியேனால்

வரையவும் கூடுமோ?

◆ ◆ ◆

நிலாப் பெண்

ஊர் உறங்க

ஊர்க்கோடி குளமுறங்க

கார்வண்ண நாயுறங்க நானுறங்க-

பெருவான வீதியிலே உற்ற

ஒரு தோழமையாய் தண்ணொளி வீசி

கருநீலப் பட்டால் உடல் முழுதும் போர்த்தி-

புவிகாண முகமட்டுங் காட்டியொரு

கவிப்பொருளாய் உலாவரும் வட்ட நிலா-

ஐயமில்லை ஒரு காரிகையே!

காட்டுவழி

கரி அப்பிய இருட்டினில்
நரி ஊளை செவிகிழிக்க
பரிவோடு குளிர்காற்றணைக்க
புகைப்படம்போல் காடுறங்க
மலையினது உடல்சுற்றி
வளைந்து செல்லும் சாலையில்
திகில்கலந்த இன்பந்தரும்
காட்டுவழிப் பயணம்!

◆ ◆ ◆

ஊழிக் காற்று

சுட்டெரிக்கும் வெயில்
சித்தத்தைக் குழப்ப

நித்திலம்போல் மேனியெங்கும்
வியர்வை ஊற்றெடுக்க

சற்றேனும் பற்றிலாது

சரீரந்தன் துணியுதற

மரஞ்செடி கொடியெல்லாம்
அசைவற்று உற்று நோக்க

தீக்கங்கு பட்டதுபோல் கண்ணெரிய

அது சுருங்கி பார்வைதான்

வெறித்திருந்த வேளை-
திடுமென்று வாழ்வு வந்தாற்போல்

உயரக்கிளம்பிய நிலக்குப்பையோ

வலம் இடம் என்றில்லாது எங்குமே

சுற்றிவந்து வானத்தில் வட்டமிட

வானுயர நின்றிருந்த மரமதுவோ

தலைதாழ்த்தி நிலந்தொட்டு

வந்தனங்கூறி நர்த்தனமாடிட

வந்தது ஊழிபோல் புயற்காற்று!

◆ ◆ ◆

மழை வந்தது

விண் சுட்டு மண் சுட்டு
கண் சுடும்

வேனில் தந்த
வெக்கையால் மனிதர்தம்

ஆக்கை சுட ஆறடி உடம்பில்
அங்கிங்கெனாது வேர்வை
எங்குமே ஆறாய் ஓட

ஒரு சாக்கை நனைத்து
சன்னலில் மாட்டி மின்விசிறி
தந்த ஈரக்காற்றில்

சற்றேகாலை நீட்டி கண்கள் மூட
சட்டுச்சட சட்டுச்சடச் சத்தம்!

கண்ணைத் திறக்க
முற்றம் முற்றும் நனைய
வந்தது மழை!

◆ ◆ ◆

வானவில்

வண்ணத்தை வில்லாக்கி

வானத்தில் வைத்தது யார்?

நீரையும் நெருப்பையும்

நீள்விசும்பையும் நிலத்தையும்

காற்றையும் கடலையும்

வானுயர்மலையையும் மடுவையும்

உன்னையும் என்னையும்

மற்றும் உயிர்கள் யாவையும்

படைத்தும் காத்தும் கரந்தும்

ஆட்கொள்வான் எவனோ

வண்ணத்தை வில்லாக்கி

வானத்தில் வைத்ததும் அவனே!

◆ ◆ ◆

மழை அம்பு!

காற்றுத் தேரேறி
கார்மேக மங்கையவள்

வான்வழி வருகையிலே

'தான்' என்ற ஆணவத்தால்

மலையரசன் தடைவிதிக்க - அவன்

தலைமேலேறிப் பெருநகைபுரிந்து

திடுமெனக் கோபக்கனல் வீசி

கடுஞ்சினத்தில் அதிர்ந்தனளோ?

அவன் அகந்தைதனை அழிக்க

அம்புமழை பொழிந்தனளோ?

◆ ◆ ◆

மழை - இறையின் கொடை!

சட்டுச் சட சட சட்டுச் சட சட
என வானம் கொட்டிக் கொடுத்திட

பூமி குளிர்ந்திட

நீர்நிலை நிரம்பி வழிந்திட

தாய் வீடு திரும்பும்

ஆழிசேர் மழை - அது

இறை கொடுத்த கொடை!

◆ ◆ ◆

வாடைக் குளிர்

வீட்டுத்தரை குத்தூசி
வெளிக்காற்று பெருஈட்டி
உடம்புமுழுக்கத் தட்டெழுத்து
தோலெல்லாம் சுருக்கெழுத்து

ஆறடி உடம்பு
ஆறாய் வளைந்து
மனிதரெல்லாம்
கம்பளி மூட்டைகள்!

◆ ◆ ◆

ஐவகை நிலங்கள்:

குறிஞ்சி

முகிலினம் மலையரசன் முடிதழுவப் பச்சைத்
துகிலனைய அடர்காடு உடல் விரவ
ஓங்குயர் தோற்றமவன் மேனிப் பொலிவேற்ற
ஆங்கவன் கருணையென அருவிகொட்ட
உள்ளத்தைக் கொள்ளை கொள்ளும்
தெவிட்டாக் குறிஞ்சிநிலக் காட்சியிது!

*****

முல்லை

தூய பொய்கைமகள் விரைவாகச் சலசலக்க - அவள்
காயமதை மலராடை முழுவதுமாய் மறைத்திருக்க
தெள்ளுதமிழ் ஓசையெனத் தென்றலிசைக்கப்
புள்ளினங்கள் வனமுழுதும் ஒளியெழுப்ப
விலங்குகள் பலவிதமாய் அதிர்வு செய்ய
சிந்தைதனை நிறைக்குமிது - முல்லைநில வனப்பு!

*****

மருதம்

நெல்மணியின் பொன்னிறத்தைக் காலைக் கதிரவன் பெற-
மெல்லவே பறவைகள் காதல் கானமிசைக்கக்
கயல்விழி மங்கையர்தாம் ஆற்றினில் குளித்திருக்க
வயலும் வரப்பும் எங்கணுமே சூழ்ந்திருக்க
உழவர்தம் தெம்மாங்கு காற்றில் மிதந்துவர
எம்மனதும் மயங்கிவிடும் இம்மருதப் பேரழகில்!

*****

நெய்தல்

வானீலம் கடல்நிறமாய்ப் பிரதிபலிக்க
வாணிகமும் ஆங்காங்கே தழைத்திருக்க
காலாறக் கரையோரம் நடக்கையிலே
ஏலேலோவென மீனவரின் குரலொலிக்க
உப்பளங்கள் அம்மக்கள் மனங்காட்ட
மதிப்புமிகு நெய்தலில் மயங்கினேனே!

*****

பாலை

மணற்கடல் நாற்புறமும் பரந்திருக்க

தணற்பரப்பெனப் பகலிலே பாதம் தகிக்க

ஒட்டகந்தான் எப்போதும் சிரித்திருக்க

எட்டத்தில் எங்கோவொரு சோலை தெரிய

நிலவொளியில் மணல்வெ(ள்)ளி தவமிருக்க

பாலைவனச் சூழல்கூடப் பரவசமூட்டுமே!

*****

◆ ◆ ◆

எல்லாம் அழகே!

முகில் கொஞ்சும் மலை அழகு!
அதன் உடல் விரவி அடி சுற்றும்
காடழகு! வயலழகு வரப்பழகு!
ஆழிசேர் நதியழகு! அதன் மருங்கில் மரமழகு!
கத்தும் திரைக்கடல் அழகு! அது
முத்தமிடும் தொடுவானம் அழகு!

திரை தழுவும் மணலும்
அழகு! அதில்
விரையும் நண்டுமே அழகு!
பாலை மணல் பரப்பழகு!
அதில் இருக்கும்
சுனையழகு!
இறையின் படைப்பெல்லாம்
அழகு!
குறையில்லை யாவும் நிறைவே!

◆ ◆ ◆

கங்கைத் தாயே
எமக்கருள்வாய் நீயே!

பரமனின் கருணையால்
பாகீரதியாய்க் குதித்திறங்கி

விரைந்தே தேவப்ரயாகையில்
அலகனந்தாவுடன் கூடியே

சுழித்தோடும் நீர்ப்பெருக்காய்
வழியெங்கும் இருமருங்கும்
பசுமைச் செழிப்பாக்கி

மலைத்தனைய கடற்கங்கையாய்

வந்தநின் கொடையே அன்றோ

உத்தரபாரதம்?

வந்தனை செய்தோம் நின்னை!

வாழியென்றே துதித்தோம்!

சிந்தையில் உன்னை நிறுத்தி
நித்தமும் ஆராதித்தோம்!

அன்னையாய் ஆரணங்காய்
என்றும் எமக்கருள்வாய் நீயே
கங்கைத் தாயே!

◆ ◆ ◆

சொர்கத்தைத் தேடி

நிலாவே!

நீ என்னவென்று பார்க்கிறாய்?

எம்மைச் சுற்றியேன்

உலா நீ வருகிறாய்?

உடல் முழுக்கப் போர்த்தி

முகமட்டும் காட்டுகிறாய்!

பகல்முழுக்க எங்கே செல்கிறாய்? பின்

இருட்டினிலே யாரைநீ தேடுகிறாய்?

நிலாவே!

நீ என்னவென்று பார்க்கிறாய்?

ஏனிப்படி மேகத்திரைமறைவில் ஒளிகிறாய்?

தனிமையிரவில் காதலர்தம்

இனிமை மொழிகேட்டோ நீ

நாணிமுகம் புதைக்கிறாய்?

பின்திரைவிலக்கி-

தரையை ஏன் வெறிக்கிறாய்?

நிலாவே!

நீ என்னவென்று பார்க்கிறாய்?

நிதமும் எதனைத் தேடிநீ அலைகிறாய்?

என்ன! சொர்கத்தையா தேடுகிறாய்?

இனியும் தேடாதே!

இப்புவிதான் சொர்கம்!

எட்டிநின்று 'இல்லை' என்றா சொல்கிறாய்?

கிட்டத்தில் வந்துபார்! பிறகு

விட்டுப்போக மனம் வாராது!

◆ ◆ ◆

அதிசயத்தின் ஆச்சரியம்

என்றும் விரியும்

இவ்வண்டம் ஓர் அதிசயம்

அண்டவெளியில்

உருளும் பந்துகளின்

இடையறா இசைநிகழ்ச்சி

ஓர் அதிசயம்

பரந்துபட்ட அண்டவெளியில் சிறு துகளாய் உருளுமொரு
பந்துருண்டையில் இருக்கும்
உயிர்த்துடிப்பு அதிசயம்

உயிர் நிலைக்கும் கரு-

கரு கொடுக்கும் உரு-

உரு வளரும் நியமம்

இவை யாவுமே அதிசயம்

எங்கோ ஏற்படும் வெப்பச்சலனம்
இங்கு தரும் மழையும் அதிசயம்

தானியங்கியாய் வளையவரும்
இந்த ஆக்கை-
அதனில் குடியிருக்கும் ஆன்மா-
வழி நடத்தும் வழி பிறழும் மனம்
இவையும் அதிசயமே

இத்தனைக்கும் சாட்சியாய் என்றும் நின்றிருக்கும்

காலம் ஓர் அதிசயம்

இவையும் இன்னபிறவும்
ஆக எல்லாமும்
பரமன் படைப்பில் அதிசயந்தான்

ஆயின் அவனோ இத்தனை அதிசயங்களின்
ஆச்சரியமாய்-
ஆட்டுவிக்கும் வித்தகனாய்!

◆◆◆

காட்சி - 2:
சிந்தனைக் கலவை

யதார்த்தம்

இருட்டு கர்பத்தைவிட்டு
வெளியுலக வெளிச்சத்தில் நுழைந்து

முதலில் தவழ்ந்து
பின் நடந்து ஓடி
படிப்பென்னும் பெயரில்
கசப்பு மருந்துண்டு

வாலிபத்தில் எவளையோ
கணவனாய் சங்கமித்து

தந்தையாகிப் பின் எவரும்
வேண்டாக் கிழவனாய்

இறையிடம் ஏகுவதே
இலட்சியமான வாழ்க்கை!

◆ ◆ ◆

மனக்காயம்

ஒட்டவைத்த புன்னகை
உள்ளத்திலே குமுறல்
நண்பர் என்றேதான் ஏராளமானோர்
எனினும் உளந்திறந்து

கொட்ட உற்ற தோழனென்று
ஓரிருவரே - அவரும்
எப்போதும் உடனிருப்பதில்லை

அறிவதனை வெளிக்காட்ட
வகையிலாது அவ்வப்போது
மையமாய் ஒரு முறுவல் - அது

எனைச் சுற்றியிருப்போர்
உளங்குளிர நான்போட்ட
வெளிவேஷம்

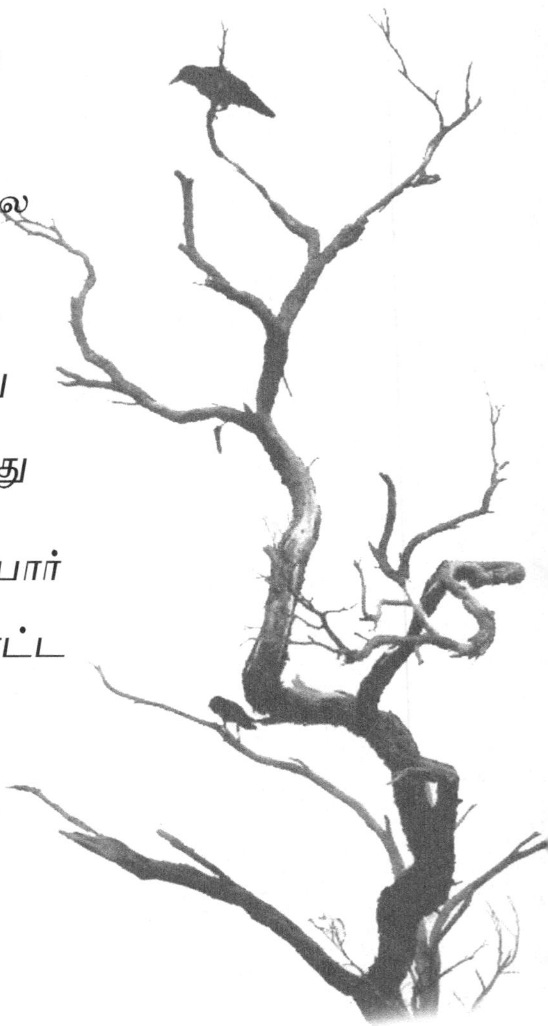

வேஷந்தான் என்றாலும்
கலைப்பதில்லை - முடிவதில்லை.

புறத்தைப் புறக்கணித்துப்
பார்த்தீ ரென்றால்
எனக்குள்ளும் ஒருவனுண்டு -
பொய்மை கண்டும் எவர்
குற்றம் கண்டும் வெகுண்(டு)
டெழுவதுண்டு; கோபமுண்டு;
வக்கிரமுண்டு; மறுப்புண்டு
கற்பனையுமுண்டு!

ஆனால் -
எதுவும் வெளிப்படுவதில்லை
வெளிவருவ தெப்போதெனத்
தெரியவில்லை.

வடிகாலாய் வெளியிட்டு
ஏனையோர் இதயம்

புண்ணாவதிலும்

வேஷத்தையே நிஜமாய்க்

கொண்டுவிட்டேன்;

என் உள்ளமதைக்

காயப்படுத்திவிட்டேன்

இக்காயம் என்னோடு மட்டுமே

என்னில் மட்டுமே!

அனைவருக்கும் இதுதான்

நியதியென் றறிந்துகொண்டேன்!

இப்போது சலனமில்லை!

◆ ◆ ◆

குரங்குமனம்!

மண்ணிற்கும் விண்ணிற்குமாய்ப் பறந்து
கணத்தில் திரும்பி தரையில் விழுந்து

அங்கும் நில்லாது -

மரத்தில் ஏறி
பள்ளத்தில் குதித்து

வீட்டினுள் ஒடுங்கிப் பின்
விட்டத்தில் பாய்ந்து

கண்டதிலும் காணாததிலும்
ஒருகணம் ஒன்றி

மீண்டும் மீண்டு
இடவலமின்றி அலைந்திடும்
மனிதமனம் ஒரு குரங்கு!

◆ ◆ ◆

கோடிமுகம்

எத்தனையோ முகங்கள் இங்கு -

விசுவாசத்தின் வெளிப்பாடாய்
ஒருமுகம்

வெறுப்புமிழும்
எதிரியின் விகாரம்
ஒருமுகம்

எடுத்தெறியும்
அலட்சியமாய் ஒன்று

மற்றொன்று
பெண்ணுக்குக் குழைவு காட்டும்

ஸ்நேகமாய்
நண்பனுக்காக ஒன்று

பாவமாய் பொதுவாக

இன்னொன்று

எல்லாம் உள்ளடக்கிய
ஏமாற்று முகமொன்று

இன்று -
ஒன்று பலவாகி
பலவும் நூறாகி

முகத்துள் முகமாய்
முகத்துள் முகத்துள் முகமாய்

ஒருவனுக்கே
முகமொரு கோடி
இங்கு!

◆ ◆ ◆

இலக்குவன் ரேகை

எனக்கு நானே

என்னைச் சுற்றி வட்டமிட்டு

நடுவிலே தங்கிவிட்டேன்

வட்டத்திலிருப்போரும்

அதனுள்ளே விரும்பியே

வந்தோரும்

என் நண்பர்

நானாக அதுதாண்டி

வெளிச்செல்ல முயன்றதில்லை -

பயந்தானோ இல்லை

பேதைமையோ!-

தெரியவில்லை

சிலசமயம் இவ்வட்டம்

சிறையாய் இருப்பதுண்டு

சிறைவிட்டு வெளிச்சென்று
சுதந்திரமாய் உலவிடலாம்
என்றுதான் எண்ணுகையில் –
அதுவே ஓர் அரண் என்னும்
நினைப்பு வந்து தடுப்பதுண்டு

அரண்வட்டப் பாதுகாப்பில்
இளைப்பாறும் எண்ணத்தால்
என்னைச்சுற்றி நானிட்ட
வட்டத்துள் தங்கிவிட்டேன்

அதுதாண்டி வெளிச்செல்ல
முயலவில்லை
முடிந்ததில்லை.

◆ ◆ ◆

தேடல்கள் பலவிதம்

வானகத்து நிலவுறங்க

கானகத்துக் குயிலுறங்க

ஊர் உறங்க

ஊர்க்கோடி குளமுறங்க

குளக்கரையும் கரையதனில்

படகும் அதனுள்ளே பூனையும்

உறங்கிவிட

மண்குடிலும் மாடப்புறாவும்

கொட்டடிக் குதிரையும்

கொட்டிலிலே மாடும்

வாசலிலே நாயும்

இம்மண்ணும் மரமும்

இத்தனையும் இன்னபிறவும்
உணர்வற்று உறங்கிவிட

நான்மட்டும் உறங்காதென்
உள்முகம் பார்த்து
உண்மைமுகம் தேடுகின்றேன்.

◆ ◆ ◆

யாவும் நன்றே!

விழித்திருந்தேன் இருட்டினிலே

தெரியாதன தெரிய
புரியாதன புரிய

விழித்திருந்தேன் இருட்டினிலே!

புறக்கண் போர்த்தி
அகக்கண் திறக்க

தெரிந்து கொண்டேன் -

தில்லைக்கூத்தன் படைத்த
உருண்டோடும் பந்துலவும்
அண்டவெளிச் சராசரத்தில்

தீதென் றேதுமில்லை
யாவும் நன்றே!

◆◆◆

பரமன் கணக்கு

இன்னார்க்கு இன்னா ரென்பதும்
இன்னதென்பதும்

பரமன் கணக்கு!

எவரெவர்க்கு எப்பொழுதென்பதும்
எத்துணை என்பதும்

துல்லியமாய் பரமன் கணக்கில்!

கணக் கென்றால் தீர்வுண்டு
பரமன் கணக்கிற்கும் அது உண்டு

வழிதெரிய மனித முயற்சி - அதன்
பின்புலத்தில் தெய்வபலம்
பொறிதட்டப் பளீரிடும்
வெளிச்சப்பாதை - அதில்

கைகாட்டிப் பலகைகளாய்

மனிதர்கள்!

இவை யாவும் அடக்கம்

பரமன் கணக்கில்!

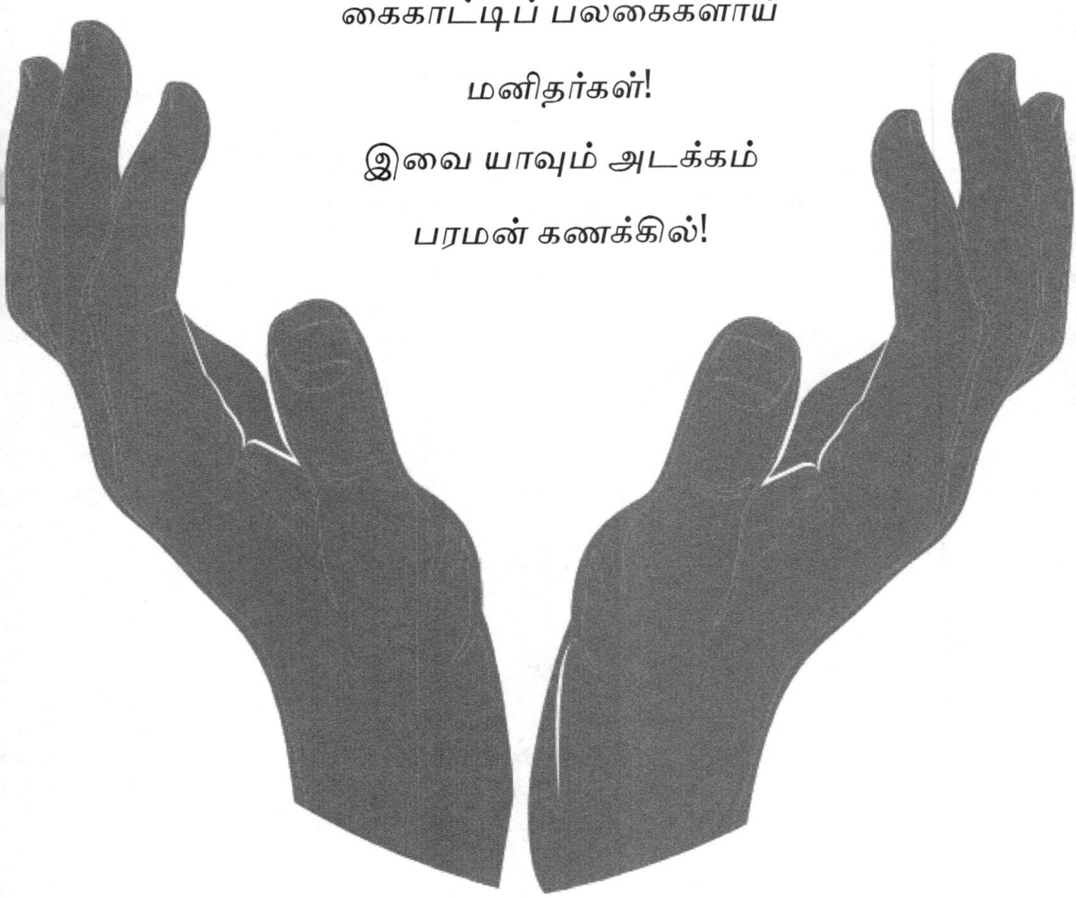

◆ ◆ ◆

பயணங்கள் முடிவதில்லை

இந்தப் பயணம்
எங்கு நோக்கி? எதுவரை?
எப்போது தொடங்கியது?
முடிவ தெப்போது?

முடிவுதான் உண்டா
இல்லை சேரும் இடமே வாராதோ?

உடன் வந்த பலரைக் காணோம்
புதியவர் பலர்சேர
இரவுபகல் இடையறாப் பயணம்

இலக்கும் இல்லை
பயணிப்பதும் தெரியவில்லை

விரைந்தோடும் இப்பயணம்

மரணத்தில் முடியவேதானா?
ஆயின் மரணம்தான் முடிவா?

குழப்பமும் தெளிவும்
மாறி மாறி வருவது நின்று
குழப்பமே மேலோங்கி
நிற்பதன் மர்மமென்ன?

புரிந்துகொள்வேன் ஒருநாள்
இவ்விரைவுப் பயணம்
முடிவதற்குள்!

◆ ◆ ◆

அழைக்கிறான் கண்ணன்

சின்னக் கண்ணன்-

சிற்றடியால் உலகளந்து
வேகமெடுத் தோடியாடிச்

சற்று நின்றே குழலூதி
தேவகானமிசைத்து

உயிரினம் யாவும்தம்
சிந்தை குளிர்ந்து கிறங்க

விந்தைகள் புரிந்து
வேடிக்கைகள் பல காட்டி

நம்முள்ளங்கவர் கள்வனவன்
எம்முன் வரும் நாள் எந்நாளோ?

◆ ◆ ◆

காட்சி - 3:
உறவுகளின் மேன்மை

இன்பச்சுமை

ஐயிரண்டு திங்கள்
நின்மணி வயிற்றிருத்தி
ஒரு வேள்வி போலே -

கனவிலும் நினைவிலும்
எம்சுகமே கருத்திலிருத்தி

உள்ளிருக்குங்காலை யாம்
உதைத்த வலிபொறுத்து

அதனை -

பெருமையுடன் உவந்தேதான்
கண்ணாகக் காத்துநின்ற
கணவனிடம் சிலிர்ப்புடன் சுட்டி

வயிற்றுச் சுமை நீங்கிப்
பின்னர் எமை இடுப்பிலும்

தோளிலும் சுமந்து

உற்ற ஒரு தோழியாய்க்
கைபிடித்து நடைபழக்கி

ஏணியாய் நின்று எமைத் தூக்கி
சீராட்டி வளர்த்த அம்மா!
உன்னை -
நெஞ்சிலே சுமந்தே நிற்போம்
என்றென்றும் இன்பமுடன்!

◆ ◆ ◆

தந்தையெனும் மனிதம்

சிந்தித்துப் பார்த்தால்
எம் தந்தை ஒன்றும் செய்ததில்லை
எங்களைக் கடிந்ததில்லை
அடித்ததில்லை
எம் கண்ணில் நீர்
வடிய விட்டதில்லை
தினம் நாங்களடித்த கொட்டத்தால்
கோபம் கொண்டதில்லை
மனம் நோகச்
செய்ததில்லை
இத்தனைக்கும் ஈடாக
இப்போது செய்து விட்டார்
உடல்தப்பி
உயிர்நீத்து எம்மைத்
துயருள் ஆழ்த்திவிட்டார்.

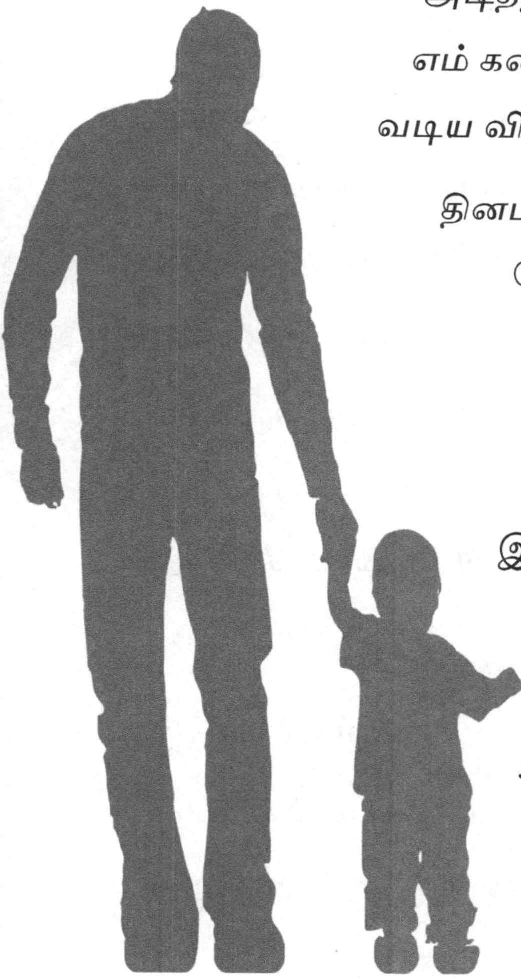

◆ ◆ ◆

தாய்: சில நினைவுப் படிமங்கள்

எமை ஈன்றனை

சீராட்டிச் செதுக்கி

மனிதம் புகட்டி

அகத்தினைச் செழுமையாக்கி

எந்தையின் ஒருபாதியாய்

நல்வாழ்வு தந்தனை!

பொறுமை, துணிவு,

விடாமுயற்சி, கருணை -

இவை எமக்கு நீ தந்த

என்றும் கரையாச் சொத்து!

உனது -

ஊஞ்சல் பாட்டு,

கப்பல் பாட்டு,

ஆசுகவியாக நீ

இட்டுக் கட்டும்

சம்பந்திப் பாட்டு,

அவ்வப்போது ஊடுருவும்

சாஹித்ய க்ருதிகள் –

இன்றும் எம் செவிக்குள்

அவரவர் உள்வாங்கிக்

கொண்டமட்டும்!

இன்று சுவைக்கும்

நட்சத்திர உணவுகள்

நீ எங்கள் கையில்

அன்று உருட்டிக்கொடுத்த

பழங்கறி சேர்ந்த

பழையதுமுன்

புறங்காட்டி ஓடிவிடும்!

விசையுறு பந்தினைப்போல்

ஓடி உழைத்த உன்னுடல்

நைந்து நலிந்து வலிமைகுன்றி

வலித்தபோதும்

உனது -

அசைவறு மதியும்

சலியா மனமும்

எமக்கோர் ஆச்சரியம்

இன்றளவும்!

நீ உடல்நீத்து ஆண்டுகள் பல உருண்டோடின!

இருப்பினும் ஆயிரமுண்டு

அசைபோட!

உன்னைப்பற்றி

எதைச் சொல்ல? எதை விட?

நீ நின்றதும்

நடந்ததும்

கிடந்ததும்

எம் நெஞ்சுளே

நினைவுப் படிமங்களாய்-

இன்றும்!

◆ ◆ ◆

மழலைச் செல்வம்

முகம் வேறு நிறம் வேறு
இடம் வேறு மொழி வேறு

வேர் வேறு விதை வேறு
கரு வேறு உரு வேறு

ஆயின் மழலைதம்-

உடல்மொழியில் பேதமில்லை
முகப்பொலிவில் பேதமில்லை

முறுவலில் பேதமில்லை

பாவத்தில் சிநேகம் –
அதிலும் பேதமில்லை
ஆகவே உலகீர்!

மழலை போற்றுதும்! மழலை போற்றுதும்!

உலகம் உய்ய மழலை போற்றுதும்!

உயிர்ப்புடன் உலகுய்ய

மழலை போற்றுதும்!

மலர்கள் பல நிறமானால் என்ன

பல விதமானால் என்ன

மணம் வேறானால்தான் என்ன?

மென்மையிலும் தீண்டல்தரு

உணர்விலும் குறையுண்டோ சொல்வீர்!

ஆகவே உலகீர்!

மழலை போற்றுதும்!

மழலை போற்றுதும்!

உலகம் உய்யும்!

மழலை போற்றுதும்!

◆ ◆ ◆

பெண் மகவு - பெரு வரம்

பத்துமாசக் காத்திருப்பு
கடைசி நான்குநாள் பரிதவிப்பு
இதயத்தில் இதழில்
ஊர் காவல் தெய்வ
குலசாமி நாமங்கள் உச்சரிப்பு

இவையாவுமே-
பின் சென்று காலமும் நின்றது
பெண்மகவை முதலில்
ஏந்திய இனிய தருணமதில்!
இறைவியாய் அன்னையாய்
குழந்தையாய்

யாதுமாகித் தெரிந்தாள்!
உணர்ந்தேன் அப்பொழுதில்
அவளின்றி உலகில்லை!

◆ ◆ ◆

உற்றமும் சுற்றமும் ஓர் இறை வரம்!

அருளாளா! ஆனந்த நடனா!

உலகாட்டுவிக்கும் வித்தகா!

தாள் பணிந்து பகர்ந்தேன் நன்றி!

என்னே நின் கருணை!

இடர்பல தொடர்தல்

ஊழ்வினைப் பயனோ

யானறியேன். ஆயின்

உறுதிபடு மனமும் ஊன்றுகோலாய்

உற்றாரும் சுற்றாரும்

நினதருள் என்பதறிந்தேன்!

இன்னல் யாவையும்

எதிர்கொண்டு புறந்தள்ளும்

மனப்பக்குவம்

யாதொரு தருணமும்
இனியன கூறி
தக்கவொரு வழித்துணையாய்
உற்றவொரு தோழமையாக
என்றென்றும் நேசப்புன்னகையுடன்
மனையாளும் மகளும்!

இவர்கள்
இறைவா நீ கொடுத்த
அளப்பரிய வரமன்றோ?
பகர்ந்தேன் நன்றி தாள் பணிந்து
என்னே நின் கருணை அருளாளா!

◆ ◆ ◆

நானே நீ!

உருவின்றி உறவின்றி
கருவிலே நின்றபோதில்
தாயென்னும் பெயரில்
முதல் உறவொன்று பூத்தது
முதன்மை உறவாகவே
அது என்றும் தொடர்ந்தது!

உருக்கொண்டு மகவாய் வெளிவர
அன்னையால் தெரிந்தது
தந்தையென்னும் அரும் உறவு
அவரே முதல் குருவாய்
தோழமையாய் நாயகனாய்!

பாலகனாய் வலம் வரவே
தோழர்களே பல் உறவாய்
அறிவுசால் ஆசான்கள்
ஏணிகளாய்!

வாலிபத்தில் மனையாள் கரம்பற்ற
கிளைவிட்ட உறவுகள் பற்பல
பெண்ணும் பிள்ளையும் வரமாக வர
இன்னம் பல உறவுகள் புதிதாய்!

அகவைகள் ஏற அறிவும் பரந்து
பார்வையும் விரிந்தது
உலகே ஊராகிப் போக
யாவரும் உறவாயினர்!

இன்னம் பல ஆண்டுகள் கூட
என்னுள் உலகும் அதனுள் நானும்
ஒடுங்க -
பிறந்தது ஞானம்!
நான் வேறு அது வேறில்லை
நானே நீ... நீயே நான்
நானே அது... அதுவே நான்!

தத்வமஸி!

◆ ◆ ◆